கிறுக்கனின் கிறுக்கல்கள்

சுந்தர் முத்துக்குமரன்

ஏலே பதிப்பகம்

கிறுக்கனின் கிறுக்கல்கள்
ஆசிரியர் © **சுந்தர் முத்துக்குமரன்**

முதற்பதிப்பு 2021
பக்கங்கள் 143

ISBN 978-93-5533-037-6

புத்தகம் வெளியிடு
ஏலே பதிப்பகம்
aelaypublish@gmail.com
phone – 9944992571

Aelay Publish
www.aelaypublish.com

எழுத்தாளர் சுய விவரம்

சுந்தர்
த/பெ - முத்துக்குமரன்
ஊர்- இராதாபுரம்
அரியலூர் மாவட்டம்.
கற்பனையிலும் காதலிலும் கொஞ்சம்
கிறுக்கனாகி போனதால் இந்த நூல்
தோன்ற காரணமாயிற்று.
இயந்திரவியல் பொறியாளன் தமிழ்மேல் பற்றுடையவன்..

மழலை குறும்புகள்

ஒரு முத்த மாரியில்
நான் மொத்தமும் மாறிப்போனேன்.
சிறு சிரிப்பினில் சித்தமும் சிதறிப்போனேன்..
அன்னமவள் அள்ளிக்கொடுக்கையில்
அகிலத்தையும் அகழியில் அடைத்தேன்..

மழலையின் முதல் முத்தம்

உதடுகள் நிறைய
உமிழ்நீர் கொண்டு
என் கண்ணத்தில்
உதறிவிட்டுச் சென்றாள் அதுதான்
முத்தமென நினைத்து.
மழலையின் முதல் முத்தம்...

மார்கழி காதல்

மார்கழி பனியையும்
மறந்து நின்றேன் பெண்ணே
உன் அதிகாலை வருகைக்காக
பொழியும் பனிக்கூட
பொசுங்கி போனதடி
உன் கொலுசிடம் .
காரணம்
பனியில் நனைந்தும் சிலிர்க்காத
என் உடம்பு சிலிர்த்து விட்டதுடி
உன் கால் கொலுசின் ஓசையிலே....

ஒருதலைக் காதல்

ஒருமுறை தீண்டிய தென்றல்
மறுமுறை நம்மை தீண்டாதாம்
பிறகு எப்படி உன் சுவாச
தென்றல் மட்டும் என்னையே
தீண்டிக்கொண்டிருக்கின்றது..
ஓ இதுதான் ஒருதலைக்காதலோ...

காத்திருத்தல்

தொலைத்தூர இரவையும்
உன் தொலைப்பேசி வரவையும்
எதிர்ப்பார்த்துக் காத்திருக்கின்றன
இரவற்ற என் விழிகளும் ,
உன் வரவற்ற தொலைப்பேசியும்...
காத்தல் , காக்க வைத்தல்
இரண்டுமே காதலில் சுகம்....

அம்புலியும் அவளும்

அழகிய இரவும்
அம்புலியின் அழகும்
அலைநில்லா கடலும்
அருகருகே அவளும் நானும்
நிறைப்பெறா நினைவுகள்
நினைவாகவே நிறைவுற்றது...

தூறலும் இவளும்

விட்டுவிட்டு தூறிய தூறலில்
விட்டுவிடாத உன் விரல்களை
விட்டுவிட மனமில்லாமல்
விழைகிறேன் உன்னருகே...

ஈரமாக்கு

குடையற்ற அடைமழையில்
ஈரமாக்கப்படாத எனதிதழ்கள்
பெருங்கொடை கொண்ட
உன் இதழெச்சத்தால்
ஈரமாக்கிவிட்டுச்செல்வாயா....

பேருந்து சாளர இருக்கை

சாளர சாரலை
சாலையோர பயணத்தில்
சகியோடு சந்திக்கையில் முகியாகிறது சில நிசப்தம்....
சிந்தையெட்டிய சில சிதறல்கள்...

மாயை

அரவமற்ற இரவில்
உருவமற்ற உன்னை
தேடிய நாட்களில்
எந்தன் சர்வமும்
சகதியில் சரிந்ததடி ..

இவளிடம் இளைப்பாற....

உழைத்த களைப்பில் உன்மடித்தேடி
ஓடிவர உன் மயிலிறகு விரல்களால்
என் தலைக்கோதிவிட
நான் உறங்கும்
நாள் என்றோ ..

கருமையும் ஓர் வண்ணம்தான்

கரிக்கோல் தீட்டிய
கவிதைதொன்று வரைந்தேன் என்னவளுக்காக
சாயம்பூசா ஓவியம் சாக்கடைக்குச்சமம்
என்று அழித்துவிட்டாள்..
கருமையும் ஓர் நிறமென
தெரியாமல் போனது யார் குற்றமோ...

என் துணைவி யாரோ

துயில் கலைந்து
துளிர் விடுகையில்
என்னருகே இருக்கும்
என்துணை யாரோ
எத்துனை மறப்பேனோ
உன்தனை அடைய
சிந்தனையை மட்டும் விட்டுவிடு
என்தனை கூட எடுத்துச்செல்..

பார்வை

மூடுபனியைப்போல்
முடங்கிக் கிடந்ததடி
என் இதயம் உன் விழிகளை காணாத போது..
அச்சமயம் விழித்த அவள் விழிகளை காணும் போது
மூடுபனியில் ஊடுருவும் சூர்யக் கதிர்களைப்போல்
என் நரம்பிலெல்லாம் ஊடுருவியதடி
உன் பார்வைக் கதிர்கள்...

அந்த காலம்

அரைஞ்சாண் கயிரும் அரைக்கால்சட்டையும்
கிழிந்த மேலாடையும்
சின்ன சின்ன கிறுக்கள்களும்
கொடுத்த மகிழ்ச்சியை
இன்று ஜீன்ஸும் டீசர்ட்டும்
ஆன்ட்ராய்டு மொபைலும்
கொடுக்க முடியவில்லை..

கடைக் கண்

வினா இருந்தும்
விடையின்றி விலகிய
அவளின் கடைக்கண்ணில்
கண்ட களவுக் காதல்...
என் கண்ணைவிட்டு
அகலாதடி அழகியேசத்தமிட்ட அவளை

யுத்தம்

முத்தமிட்டு
சத்தமில்லாமல்
யுத்தமொன்று
செய்திடுவேன்
அவளின் இதழோரம்....

கொசுவைப் போல அவளும்

போர்த்திய போர்வைக்குள்
புகுந்த கொசுவைப்போல
என் காதுகளை சுற்றியே
சத்தமிட்டுச் செல்கிறது
உனது நினைவுகள்..
ஏதோ ஒன்றை
அடித்து விட்டாலும்
மற்றொன்று என்னை
துரத்துகிறது உறக்கத்தைக் களைக்க...

கவிதையும் அவளும்

ஓரெழுத்து கவிதை ...நீ
ஈரெழுத்து கவிதை.. உன் பெயர்
மூவெழுத்து கவிதை..உன் இதழ்
நாவெழுத்து கவிதை..உன் கண்கள்
ஐயெழுத்து கவிதை.. உன் விரல்கள்.

கடுங்குளிர் காலை

கண்ணன் அவன்
வருகைக்காக என் காரிகை
இடும் கோலங்களை காண
கண் விழித்துக் காத்திருப்பேன்....
இரவில் பூத்த மலராய்

யாருக்கும் தெரியாமல்
பூத்துவிட்டு
யாருக்கும் தெரியாமலயே
பூமிக்குள்
மக்கிப்போனதடி உன்மீது
நான் வைத்த காதல்...

பயனற்றுப்போனது

பஞ்சனையில்
படுத்திருந்தும்
பயனில்லையடி
பகிர்ந்துக்கொள்(ல்ல)ள
பதுமையவளில்லாமல்..

தினமும் ஒரேயொரு பொய்

தன் வலி
தன் பசி
தன் வறுமை மறைத்து
தாயிடம் நான்
நல்லா இருக்கேன்
என்று கூறியது..

ஆங்கில முத்தம்

நின்னிதழால்
ஈர்க்கப்பட்ட
என்னெச்சங்கள்
யாவும்
என் மேனியில்
மிச்சமின்றி
வெப்பமுண்டு
காய்ச்சலடைந்தேன் ...

முகப்பரு

அவள் அழகைக்கண்டு
பொறாமைப்பட்டு
பிரம்மன் வைத்த
திருஷ்டி பொட்டு...

போராட்டம்

மீண்டும் ஒரு போராட்டம்
எண்ணத்திற்கும்
எழுதுக்கோலுக்கும்
எண்ணம் நினைப்பதை
எழுத்தில் வடிக்க..

மௌனமாக விலகிய நேரம்

முன்னுரைக்கு முத்தம் கொடுத்துச் சென்றவள்,
சில முனகல்கள் கூட
கொடுக்காமல் சென்றுவிட்டாள் முடிவுரைக்கு.

வறண்ட பூமி

மண் மீது விழாத வான் மழையும்
என் மீது விழாத உன் வார்த்தை மழையும்
என்றுதான் வருமோ,
மண் வாசனையை காண மக்களும்
உன் வாசனையை காண நானும் காத்திருக்கின்றோம் ....

மோனைக் கவியில் மோகம்

சினங்கொண்டவளை
சிரந்தாழ்த்தி
சிகையவிழ்த்து
சிறைப்பிடித்து
சிறுக்குறும்புகளில்
சித்ரவதைச் செய்திடுவேன்..

அன்று,

எதிரே என்னவளின் வருகைக்
கிடைத்த போதெல்லாம் குறுக்குறுவென
பார்த்து இரசித்த என் கண்கள்,

இன்று,

கண்ணுக்கெட்டும் தொலைவிலாவது
கிடைக்காதா என்று ஏங்கி தவிக்கிறது.

அவள் கண்கள்

மிரட்டும் காளைக்குக்கூட
மிரளாத என் கண்கள்
மிரண்டுப்போய் பார்த்ததடி
உன் கண்ணிண் அழகைக்கண்டு....

கோபத்திலும் உன் கண்கள்
என்னை காதலிக்கும் அழகிருக்கே ஐய்யோ!!!!
அதைக்காண ஓர் ஜென்மம் போதாதேடி
என் அழகியே....

அவள் மேனியில் நான் மச்சம்

என் வாழ்க்கை
கருப்பாகத்தான்
போகவேண்டும்
என்றால் அவள்
மேனியில் மச்சமாக
வேண்டி வரமொன்றைக்கொடு,
அவள் வெண்ணிற
மேனியில் என் வாழ்க்கை
பளிச்சென்று தெரியட்டும்
மச்சம் போல..

தேனுண்ணும் வண்டு

தேனுண்ணும்
வண்டைத் தேடிய
நாட்களில்
என் தேகமுண்ணும்
உன்னையெப்படி
மறவேனடி என்னழகியே......

உறவாடும் நினைவுகளில்

உறவாடி(விட்டுச்)சென்ற
உன் நினைவுகளை
நினைத்து நித்தமும்
சித்தமும் சிதைந்து
உறவாடுகிறேன்
உன் நினைவுகளோடு மட்டும்...
நிஜமென நினைத்து........

கலவிப் பொழுதுகளில்

இருபது விரல்களும்
இடைவெளியின்றி
யுத்தம் செய்கையில்
இடையூறு செய்யும்
சத்தம் எதற்கு
வளைந்துக் கொடுக்கா
உன் வளையோசைக்கு
சற்று ஓய்வு கொடு ....

உறக்கமற்ற இரவுகள்

உறக்கமற்ற இரவில் உள்ளங்கையில்
உன் உருவத்துக்கும் உள்ளத்தில்
உன் நினைவுக்கும் உயிர்கொடுத்து
உலா வருகிறேன் உயிரற்றவனாய்...

இதழ்ரேகை

கைரேகை ஜோதிடமெல்லாம்
காலாவதியாகிட்டதடி
நின்னிதழ் ரேகைப் பார்த்தப் பின்பு..
பித்தனவனுக்கு பிதுங்கி காட்டடி
குறி சொல்ல நின் குட்டி அதரத்தை...

பயனற்றவை

பயனற்ற பயணியர்
நிழற்குடை ,
தனிமை கழிக்க
தலையணியின்
வழியே பாடல்கள்,,,
பாவை முகங்காண
காத்திருந்தவனின்
பயணற்ற கிறுக்கள்கள்......

குருடனாக ஆசைப்பட்ட தருணம்

என் விரல் பிடித்து
நீ வழிக்காட்டுவாயென
நானறிந்திருந்தால்
குருடனாய்க் கூட
மாறியிருப்பேன்
நின் விரல் தீண்டிட.....

சாயம் பூசிய பெண்ணின்

காரிகையவளின் கண்ணங்கள்
மட்டுமே வண்ணமாகின்றன
எண்ணங்கள் அல்ல...
முகத்தை அலங்கரிக்கும் முன்
அகத்தை அலங்கரித்துக்கொள்....

மணநாள்

கூரப்புடவையில்
கூச்சப்பட்டு இவளும்
பட்டு வேட்டியில்
பதற்றத்துடன் அவனும்
ஒருசேர மும்முடிப்போடும்
நாள் என்றோ....

புண்பட்ட இதழ்

புண்பட்ட என்னிதழை
புக விட்டு (உன்னிதழை)ஆற்று..
எச்சங்கள் ஒன்றானால்
அச்சங்கள் தேவையில்லை..

முத்த சரித்திரம்

உன் முதுகுத்தண்டின் முனையில்
ஆரம்பித்த என் முத்த கனைகள்
முடிவு வரை தொடுக்க வேண்டி
சம்மத முத்தமொன்றை கொடு
சரித்திரம் படைக்க....

இம்சை

இடைத்தேடி இளைப்பாற
இவன் வருகையில்
இழுத்துபிடிக்காமல்
இலகுவாய் விடடி
இம்சைகள் செய்துக்கொ(ல்ல)ள்ள..

தூரிகை விரியல்

சாளரம் தாண்டிய
காலைத்தென்றலும்
சற்று தயங்கிதான்
தீண்டிச்செல்கின்றன என்
காரிகையவளின் தூரிகை
விரியலின் மணம் கண்டு....

கார்குழல் கூந்தல்.

காலைக் கதிரவனுக்கெதிராக
அவள் ஈரமான
கார்குழல் கூந்தலை
உலரவைக்கும் காட்சியை
வர்ணிக்க முடியாமல்
புலவர்களின் புலம்பல்களும்
சிற்பிகளின் செதுக்கள்கலும்
சின்னாபின்னமாகத்தான் போகிறது...

கல்லாய் மாறினார்

தோள் கொடுக்கும் தோழியாகத்தான்
நேசித்தேன் அவள் அன்பை
அவளோ, என்னை கண்ணுக்குள்
வைத்து கடவுளாக போற்றினாள்
அதனால்தானோ என்னவோ
இன்று கல்லாக மாறியிருக்கிறேன்..

சொல்ல நினைத்தும் சொல்லவில்லை

முதல் காதல்
சொல்ல நினைத்தும் சொல்லவில்லை
காகிதத்தில் வடித்த வரிகள்
கரையானுக்கு இரையானது...

பிரிதலின் புரிதலா
புரிதலின் பிரிதலா

ஓரிரு பொழுதுகள்
சந்திக்காத வேலையில்
உன்னை சிந்திக்காத
நேரமேயில்லை அன்று..

ஓரிரு ஆண்டுகள்
சந்திக்காத இந்த வேலையில்
உன்னை நொடிப்பொழுதே
சிந்திக்கிறேன் இன்று...

உன்னைப் பார்த்த முதல் நாள்

சற்று முனுமுனுத்துக்
கொண்டேன் மூன்றாம்
மனிதராய் இல்லாமல் எப்போ
எந்தன் முதல் மனிதராய்
மாறுவாய் என்று....

தெரிந்தும் ஏமார்ந்த தருணம்

தற்காலிகமான
காதலென தெரிந்தும்
தவித்த இதயத்திடம்
தலையசைத்து
ஏற்றுக்கொண்டேன்
வெறுக்க மனமில்லாமல்...
காதலி கிடைக்கவில்லை என்றாலும்
காதல் கிடைத்ததே போதும் என்ற மனது.

இருவரி குறள்

பனையில் படைக்க வேண்டிய
படைப்பை இந்த பாவை
முகத்தில் எப்படி படைத்தானோ...
வள்ளுவன் வடித்த இருவரி
கவி அவள் விழிகள்...

வெள்ளைக் காகிதம்

எழுத்துப்பிழை நீ
உன் பிழையையும் தாங்கி நிற்கும்
வெள்ளை காகிதம் நான்...

கைப்பிடித்த எழுதுக்கோல்..

தொடுத்திரையில்
தொட்டு எழுதியபோதும்
உணரவில்லை அந்த உணர்வை....
விசைப்பலகையில்
தட்டி எழுதியபோதும்
உணரவில்லை அந்த உணர்வை...
எழுதுக்கோல் கொண்டு
உன் பெயர் எழுதும்போது
உணர்ந்தேனடி அந்த காதல் உணர்வை....

கடிகார சுழற்சியில் என் வாழ்க்கை

நொடி முள்ளாய்
நான் உன்னை நோக்க
நிமிட முள்ளாய் நின்
நினைவுகள் என்னை தாக்க
மணி முள்ளாய்
நீ வேடிக்கை பார்க்க
அனுதினமும் அரங்கேற்றப்படுகிறது
கடிகாரத்தின் சுழற்சியில் என் வாழ்க்கை.

மழைக்கால வீடுகள்

வாசல்வரை வந்துவிட்ட
மாரி உள்ளே வர
மறுக்கிறது மாடி வீட்டில்...😏😏

வாசல்வரை வந்தது
போதாதென வழிப்பாட்டு
அறைவரை வந்து செல்கிறது
மாரி கூரை வீட்டில்.

காத்திருக்கும் ஒற்றை மரம்

சாலையோர பெரும்மரமாக
நானிருக்கையில்,மழைக்காகவோ
வெக்கைக்காகவோ சற்று இளைப்பாறி
செல்லும் சனங்களில்,
உன் வரவை எதிர்பார்த்து
காத்திருக்கும் ஓர் ஒற்றை மரம் நான்...

அக்கால மழலைகள்

எந்த உறவும் வேண்டாமென்று
தனித்து வாழும் இக்கால
தலைமுறையினருக்கு தெரிவதில்லை
ஒரு காலத்தில் தின்பண்டங்லுக்காக
உறவினரின் வருகையை
எதிர்பார்த்து காத்துக்கிடந்தார்கள் என்று..

அவளுள்ளே

ஆளில்லா தனித்தீவில்
அரவமற்ற நிலைதனில்
அழகியே உன்னை
அனுதினமும் நினைத்து
அடைக்கலமாக வேண்டும் உன்னுள்ளே..

பிறப்பிடமறியா காற்று

பிறப்பிடமறியா காற்றைப்போல
என்னுள்ளே வந்திட்ட உன் நினைவுகள்
எங்கிருந்து எப்படி வந்ததென
அறியாமலே நிரந்தரமாகி விட்டது...

பயனற்ற எழுத்துக்கள்

இரசிக்க தெரியாதவளிடம்
இரவலனாய் நிற்பதை விட,,,

இரசிக்க தெரிந்தவளிடம்
அடிமையாய் இருக்கலாம்..

யாருக்காக எழுதினமோ அவர்களே
அதை இரசிக்காத போது
அதை எழுதிதான் என்ன பயண்.....

புரியாத புதிர்

புரட்டிய பக்கங்களில்
வாசிக்கப்படாத வார்த்தைகள் நான்
வாசித்தும் புரியாத வார்த்தைகள் அவள்..

மின்வெட்டு இம்சை

மின் இணைப்பு துண்டித்த
சில நிமிட இடைவெளியில்
நின் இடைப்பற்றி
இறுக்கியணைக்க வேண்டும்...

எது கவிதை

கவிதைக்குதான் தெரியுமோ
எது காதல் , எது காமம்
எது அழகு , எது அசிங்கம்
எது உண்மை , எது பொய்
எது கற்பனை , எது கவிதையெனக்
கூட தெரியாத வார்த்தைகளும்
கவியாகின்றன ....

கூடல் முடிந்த விடியலில்

இரவெல்லாம் கண்விழித்து
இரவலாக நான் கேட்ட
இச்சைகளுக்கெல்லாம்
இணக்கமளித்து
இன்பம் கொடுத்து
இளைப்பாறுகிறாள்
இவன் மடியில்....

பூங்காவின் இருக்கைகள்

ஓய்வில்லாமல் இடம் கொடுத்து
இளைப்பாற்றிய இந்த இருக்கைகள்
இன்று ஊரடங்கால் கொஞ்சம்
இளைப்பாருகிறது தனியே...

குறுக்குறு பார்வை

அடிக்கடி திரும்பி பார்க்கும்
அவளின் அவசரப் பார்வையாள்
அலைப்பாய்கிறதடி
அவனின் அங்கமெல்லாம் ..

பொழியும் மழையில் ஓர் முத்தம்

என் தொண்டைக்குழி
தாகமெல்லாம் தனிந்துவிட்டதடி
தனித்தது மழைநீரா இல்லை
உன் உமிழ்நீரா
என்றுதான் சந்தேகமடி..

எழுத்துக்களும் சிதறின

எழில் கொஞ்சும் உன் அழகினை
பார்த்து நான் கிறுக்கிய கிறுக்கள்களில்
சிதறித்தான் போயின எழுத்துக்களும்..

மழை இரவில் அவள் நியாபகம்

ஆம் சொட்டு சொட்டாய் கொட்டித்தீர்க்கும்
மழைத்துளியின் ஓசையை கேட்கும்
போதெல்லாம் நம் பிரிவின் போது
நீ வடித்த கண்ணீர் துளிகளின்
ஓசையைத்தான் நினைவூட்டுகிறது....

நெகிழி பூ

நெகிழி பூக்களும்
நெகிழ்ந்து போகுமடி உன்
நெளிவு கூந்தலில் இடமளித்தால்..

காதல் மழை

எல்லோர்க்கும் பெய்யும் மழையின்
என்னுள்ளேயும் பெய்தது
குடைக் கொண்டு தடுக்க முடியா
காதலென்னும் அடைமழை..

நீர்த்துளி

இலைகளின் மேலே நீர்த்துளி போல
புட்களின் மேலே பனித்துளி போல
உந்தன் இதழின் மேலே எச்சில் போல
அனைத்தும் அழகுதான் ....

தாயின் தியாகம்

ஓலைக் குடிசையிலே
ஒழுகும் வீட்டினிலே
உறங்க இடமின்றி
நிலை வந்த போதும்
என்னை மடியிலே
அணைத்து முந்தானைக்
கொண்டு மூடி மறைத்தாள்...

பார்க்காத மிச்சம்

முழுவதுமாய் பார்த்து விட்டால்
முற்றுப்பெற்று விடுமோ என்றேதான்
அரைக்குறையாக பார்த்து இரசித்துக்
கற்பனையில் கவிதை வடித்தான் போல..
பார்க்காத மிச்ச்சத்தை...

இதயமான பூக்கள்

இவளிடம் இதயமான பூக்கள்
இன்னும் எத்தனை யுகங்கள் ஆகுமோ
இறப்பை சந்திக்க.....

அவள் மேனி வியர்வைத்துளி

பூவையின் இடையில்
பூத்த அமிர்த(வியர்வை)துளிகள்
பூத்துக் குளுங்குகிறது...

அவள் புன்னகை

முத்துக்கள் இன்றி
ஓசையெழுப்பும் கொலுசு
எப்படி சாத்தியமடி
என்னவளே...

அவள் வாசம்

காற்றில் யாவும் உந்தன் வாசம்
காணத் துடிக்குதே எந்தன் நேசம்
காட்ட மறுக்கிறது உந்தன் சுவாசம்..

நடுத்தர குடும்ப ஆண்மகன்

நிலையில்லா வீடு
நிலையில்லா வேலை
நிலையில்லா வருமானம்
நிலையில்லா உறவுகள்
நிலையான வறுமை
நிலையான அவமானம்
நிலையான கடன்

இவையாவையும்
ஒரு சிறு புன்னகையில்
புறந்தள்ளிக் கடக்கின்றேன்,
என்றோ ஓர்நாள் விடியுமென்றே..

இயன்றதை செய்

இயலாதவர்க்கு இயன்றதை
இச்சையோடு இட்டிடுகையில்
இனம்புரியாத இன்பம்
இதயத்திற்கு இடம்பெயர்கிறது...
இன்று இவனுனர்ந்த இன்பம்...

வெற்றுக்காகிதம்

பணம் மட்டுமே வாழ்க்கையென
பயந்து அதைத் தேடி அலையும்
பலக்கோடி மனிதர்கள்
பழகிய மனிதர்களை
படித்துப் பார்க்காமல்
பணமென்னும் காகிதத்தை
பற்றியே நினைத்து வாழ்பவர்கள் ..
வெற்றுக் காகிதமே.....

விலைப்போகும் சுட்டு விரல்

விலைப் போகும் சுட்டுவிரலால்
விலைமதிப்பற்ற மற்ற விரல்கள்
விலகியே நிற்கின்றன
விலைப் போக தெரியாமல் அல்ல
விசுவாசமாக இருப்பதால்..

தோகை விரிக்கும் பெண் மயில்

பெண் மயிலும்
தோகை விரிக்கும்
என்று அதுவரை
கண்டதில்லையடி
உன் ஆடை
விரித்தலின் அழகை
பார்க்கும் முன்புவரை...

அவள் மேனி ஒரு அதிசயம்

ஓரிருமுறை
பார்த்தப்பின்பு
சலித்துப்போகும்
உலக அதிசயம்
ஓயாமல்
பார்த்தாலும்
சலிப்பதில்லை
உன் அதிசயம்..

வியந்து போகிறேன்

விமான ஓசைக் கேட்டு
விண்ணை வியந்து பார்க்கும்
விளையாட்டுப் பிள்ளைப் போல
வியந்து போகின்றேன்.
நின் பேரழகை
நித்தமும் பார்த்து...

நெருக்கமானத் தருணம்

விரலிடையில்
விரல் கோர்த்து
விந்தை செய்துவிடு..

இமையோடு
இமை வைத்து
இருட்டாக்கி விடு..

இதழோடு
இதழ் வைத்து
இம்சைகள்
இட்டிடு..

உடன் பிறவா உடன் பிறப்பு

உடன்பிறவா உடன்பிறப்பு,
தந்தையின் தம்பி பிள்ளை,
ஒற்றுமையாய் இருந்ததால்
வேற்றுமை தெரியவில்லை,
உன்போல் நெருக்கம்
யாரும் எனக்கில்லை,
நீ வாய்விட்டு கேட்கும்
முன்னே வழங்கிடுவேன்
உனக்கு பிடித்ததை...
வயது கடந்தாலும் வற்றாது
உன்மேல் வச்ச பாசம்,
பாசமலருக்கு ஒரு பதிவு..

மீதி குளம்பி

நீ குடித்து வைத்த
குளம்பியின் மிச்சத்தை
குடிக்க குதியாய்
குதிக்கின்றதடி
என் குதிக்கால்கள்....

மக்கும் நெகிழி

நின் நா பட்ட
காவிக்கண்டின்
நெகிழிக் காகிதம்
அடியோடு மக்கிப்போனதடி
அடையாளம் தெரியாமல்...

அவள் புருவ அசைவு

வில்மீது வைத்த
அம்பு மட்டும்தான்
தாக்குமென்று
நினைத்திருந்தேன்
அதுவரை!!!!
வில்லும் தாக்குமென்று
கண்டுக்கொண்டேனடி
உன் புருவ அசைவினில்...

இட ஒதுக்கீடு

இரவெல்லாம்
இடஒதுக்கீடு
இட்டுவிட்டு
பகலெல்லாம்
பறித்துக் கொள்கிறான்....
காமத்தில் கொடுத்து
காதலில் எடுத்துவிட்டான்...

தோழியாக துணைவியாக அவள்

ஓர் உதிரமில்லை அவளும் நானும்
இரு உதிரத்தில் வந்தவர்கள் நாங்கள்
மூவெட்டு வரை தோழர்களாக நாங்கள்
நான்காம் வகுப்பிலிருந்து தொடங்கியது
ஐந்து முறை சண்டை போட்டோம்
ஆறாம் விரலுடையவள்
ஏழு அதிசயத்தை உள்ளடக்கியவள்
எட்டிரெண்டில் பருவமடைந்தவள்
ஒன்பது கிரகமும் ஒருத்திக்குள்ளே
பத்துப் பொருத்தமும் அமைந்தவள்............முடிவிலி....

சட்டென வா

சமூக வளைத்தளத்திற்கும்
சமையலறைக்கும்
சற்று ஓய்வுக்கொடுத்துவிட்டு
சல்லாபத்திற்கு
சட்டென வா.....

கோபக் காரி(கை)

கோபத்திலும்
உன் கண்கள் என்னை
காதலிக்கும் அழகிருக்கே
அய்யோஅதைக்கான
கண்கோடி வேண்டுமடி
எனக்கு...
அதனால்தானோ என்னவோ
என் மனம் உன்னிடம்
சண்டைப்போட துடிக்கிறது...

வன்கொடுமையில்லா உலகை
சிறுவர்களுக்கு பரிசளிப்போம்..

சாதிகள் இல்லையடி பாப்பா
என சொல்வதோடு
நிறுத்திக்கொள் பின்பு நீயே சாதி
சான்றிதழ் கேட்காதே,
சாதியில் தாழ்ந்தவன்
என்று சொல்லாதே ,சமூகத்தில்
(பொருளாதாரத்தில்) தாழ்ந்தவன்
என்று சொல்லிப் பழகு,
காமம் சொல்லிக்கொடு பாலியியல்
வன்கொடுமை தவிர்க்க,
சமத்துவம் சொல்லிக்கொடு
சாதிய வன்கொடுமை தவிர்க்க,
அனைத்தும் அழகென
சொல்லிக்கொடு நிற
வன்கொடுமை தவிர்க்க,
பகிர்ந்துக் கொடுக்க சொல்லிக்கொடு
பசி வன்கொடுமை தவிர்க்க,,

நான் மழலையில்.........

எட்டனாவ வச்சிகிட்டு
பட்டணம்தான் போக நினைச்சேன்,,
ஒத்தரூபாய வசிக்கிட்டு
ஊர சுத்தி வந்தேன்,,
ஜன்னலோர இருக்கையில்
மின்னல் போல எட்டி எட்டிப் பார்த்தேன்..
புதுத்துணி அணிகையில்
வண்ணத்துப்பூச்சி
போல சுத்தி வந்தேன்,,
குச்சி மிட்டாய் சாப்பிடுகையில்
உச்சி முகர்ந்து போனேன்,,,,

எட்டி எட்டிப் பிடித்த எட்டு.....

ஓரெட்டில் பார்த்துக் கொண்டோம்
ஈரெட்டில் இதயத்தை இணைத்தோம்
மூவெட்டில் மணந்துக் கொண்டோம்
நாவெட்டில் வாரிசுகளை பெற்றோம்
ஐயெட்டில் செல்வம் ஈட்டினோம்
ஆறெட்டில் பேருப்புகழ் பெற்றோம்
ஏழெட்டில் சிகை நரைத்துப்போனோம்
எட்டெட்டில் பேரப்பிள்ளை பெற்றோம்
நவயெட்டில் நரம்பு தளர்ந்துப் போனோம்
பத்தெட்டில் உலகை விட்டு போவோம்,,,

தேடல்

வாழ்க்கையைத் தேட
வழியில்லாதவனுக்கு
வரிகளைத் தேட என்ன
அருகதையென
கேட்பவர்களுக்கு தெரியாது
வாழ்க்கையும் வரிகளும்
தேடுபவர்களுக்கே சுகமென்று....

தண்டனை

தவறு செய்தால்
இதயத்தை காயப்படுத்தாமல்
இதழை மட்டும் காயப்படுத்தும்
இவளின் அன்புக்கு
இன்னும் யுகங்கள் கோடி
இருந்திடலாம் இவளிடத்தே...

திறவுகோல் இல்லா பூட்டு

திறவுக்கோலை தொலைத்த பூட்டைப்போல,,உன்னைத்
தொலைத்த என் மனமும் திறக்கப்படாமலே
பூட்டிக் கிடக்கின்றது, கள்ளத் திறவுக்கோலையாவது
கண்ணில் காட்டிவிடடி உன் நினைவுகளையாவது
கழட்டி விட......

பேசா மொழிகள்

பேசும் மொழிகள் உலகில்
ஆயிரம் இருப்பினும் அதில்
பேசா மொழிகள் ஐந்து இல்லாமற் போகுமா,,,,

பசியில் வாடும் பச்சிளங் குழந்தை
அழுவது பேசா மொழிகள் அல்லவா!

கூட்ட நெரிசலில் ஏற்படும்
பாலியில் துன்புறுத்தலை
மறைக்கும் பெண்களின்
வலி பேசா மொழிகள் அல்லவா!

தன் துயர் மறந்து பிள்ளையின்
துயர்த்துடைக்கும் பெற்றோரின்
தியாகம் பேசா மொழிகள் அல்லவா!

வறுமையிலும் உழைத்து
வாழும் ஏழையின் நேர்மை
பேசா மொழிகள் அல்லவா!

விட்டுச்சென்ற காதலியையும்
வாழ்த்தி விட்டுச் செல்லும்
காதலனின் தியாக மனம்
பேசா மொழிகள் அல்லவா...!

விழைந்து வா

கார்கால கதிரவனைக்காண
காலம் கடத்தாதேடி என்
காரிகையே,,
நின் மேனி குளிர் விரட்ட தயக்கமின்றி
தன் மேனி விழைந்து வா......!

மறதி உடையவள்

மயிலிறகுக் கொண்டு கன்னம் வருடும்
மங்கைக்கு மதிமழுங்கி விட்டதுப் போல,
மன்னவனின் கைகளை விட
மயிலிறகுக்கு மென்மை குறைவென்று
மறந்து விட்டு வருடிக்கொள்கிறாள்...

பைத்தியமாக்குகிறது

சன்னலோர காற்றில்
சரிந்த தூரிகையை
சரிசெய்யும் என்
சகியின் நிகழ்வு
சட்டென பைத்தியமாக்குகிறது...

வீசும் காற்றில் வீண் விவாதம்

அவள் என்னைக் கடந்தபின் ஏன்
எனக்குள் இத்தனை விவாதம்
மல்லி மணமா இல்லை
மங்கை மணமா என்று..

கருப்பழகி

நானோ கரு'மை' கொண்டு
கவிதை தொடுக்க,
அவளோ என் கன்னம் தொட்டு
கவி தொடுத்திடு என்றாள்,

வண்ணம் தீண்டி வடிப்பதா
இல்லை அவள்
கன்னம் தீண்டி வடிப்பதா
என்ற குழப்பத்திலோ நான்..

காத்திருந்த அன்னை

முன்னறிவிப்பின்றி
உன் முன்னே தோன்ற
ஆசைதானம்மா எனக்கும்,
ஆனால், இன்றோ நீ அழைத்தும்
நான் வரா நிலையம்மா,
பயணச் செலவிற்கு
பணமில்லையென சொல்ல
மனமில்லையம்மா உன்னிடம்,,,
என்றும் உன் ஆசியில் உன் மகன்...

வருகையை நினைத்து
வாசலை நோக்கியவளுக்கு
வருத்தமே மிஞ்சியது....

நீர் உறிஞ்சி

கருவேலங்காட்டு
காரிகையவள்
கருணையின்றி
காற்றின் ஈரப்பதத்தையும்
கட்டுடல்மேனி ஈரப்பதத்தையும்
கவ்விக்கொள்(ல்)கிறாள்.....

மௌனக் கவி

காற்றிலாடும்
காதணியும்
சரிந்துப்போன
சிகையை
சீர் செய்யும் உன்
சின்னஞ்சிறு
விரல்களும்
ஓசையின்றி கவிப்பாடுமடி.....

நிராகரிக்கப்பட்ட கலைஞன்
நாட்டுப்புற கலைஞர்கள்

தரைக் கூத்தாடியோ திரைக் கூத்தாடியோ
கூத்தாடி கூத்தாடிதான் பிறகெப்படி,
திரையில் ஆடுபவனை கொண்டாடுகிறார்கள்
தரையில் ஆடுபவனை கொச்சைப் படுத்துகிறார்கள்...
திரைக் கூத்தாடியை தலைவனென்றும்
தரைக் கூத்தாடியை கோமாளியென்றும்
சித்தரித்துப் பேசுவது யாரோட அறியாமையென்று
யாருக்கும் தெரியவில்லை
மக்கள் அறியாமையா?
கலைஞர்களின் இல்லாமையா?..

அவள் செய்கை

நீ அடுக்கி வைக்கும்
அடுக்கு மல்லியும்
அழகிழந்து போகுதடி
நீ அழகாய் அமர்ந்திருக்கும்
நாணத்திலும் வெட்கத்திலும்..

எட்டுமடிப்பு சேலை

எத்துனை முறை
எண்ணினாலும்
எட்டுமடிப்புதான்
என்று என்னவனின்
எண்ணத்துக்கு
எறவில்லைப் போல
என்னைப் பற்றும்வரை அவன்
எண்ணத்துக்கும்
எட்டப்போவதில்லைப் போல...

பிரிவின் காரணம்

உன் அவசர வார்த்தைகளும்
என் அவசர மௌனமும்தாம்
நம் பிரிவிற்கு காரணங்கள்....

சிறைத் துயரம்

சிறையின் துயரம்
தெரியாமல்
தனக்குத்தானே
சிறை செய்துக்
கொள்கிறது சிலந்தி...

காதலென்னும்
சிறையின் துயரம்
தெரிந்தும் தனக்குத்தானே
சிறை செய்துக்
கொள்(ல்)கிறான் மனிதன் ...

வெயிலில் அவள்

வெக்கைக்காக
வெளியில் போட்ட
வெண்பஞ்சுக்கு யாரோ
பெண் வேடம்
போட்டுவிட்டார்கள் போல
இங்கே காய்ந்துக் கொண்டிருக்கின்றாள்..

துப்பட்டாவில் மூடிய அவள் கண்கள்

சாலையில் நின்று
சந்தித்த முழு
வெண்ணிலாவை விட
சாளரம் வழியே சந்தித்த
அரை நிலவு அழகுதானடி....

பழைய உரையாடல்

புலனத்தில் நம் பழைய
புலம்பல்களை கண்டு
புலம்பாத நாட்களே இல்லை...

திருப்தி இல்லை

செயற்கை போதை பொருட்களில்
எனக்கு திருப்தி இல்லையடி
செழிப்பான உன் இதழ்களை
சுவைத்த பின்பு...

அறிவாயா அழகியே

உருவமறியா உன் எழுத்துக்கு
என் உள்ளம் அடிமையானதை
உன் உள்ளம் அறியுமா,,,,
ஓசை கேட்கா பொழுதும்
உன் அறிவிப்பு ஓசைக்காக
காத்திருந்தது நீ அறிவாயோ,,,,
நான் பார்க்கா உன் விழிகள்
என்னையே நோக்கி காத்திருக்குமென
நான் நம்புவது நீ அறிவாயா
என் அழகியே ...இம்சைகாரி..

அவளின் எழுதுக்கோல்

சிறைப்பிடித்த
சின்ன எழுதுகோலும்
சினம்கொண்டு
சீறி வருகிறது
சினேகிதியவளின்
சின்ன கரம் பற்றிட ...

பறவையப்போல

இலக்கறியா பறவைப்போல
இங்கும் அங்கும்
இவன் பறக்கிறானென்று
இந்த உலகம் சொல்லும்போது
பறவைப்போல கண்டுக்கொள்ளாமல்
பறந்திடு இலக்கை நோக்கி..

வெண்புடவையில் உலர்கூந்தல்

அடமழை வேண்டுமென்றால் வெண்மேகத்திற்கு கீழே
கார்மேகம் வரவேண்டும்....
வெண்மேகத்திற்கு மேலே
கார்மேகம் இருந்தாலும்
அடைமழை வருமென்று கண்டுக்கொண்டேன்
அவள் வெள்ளை புடவை
உடுத்தி கூந்தலை விரிக்கும்போது...

தேடினேன் வந்தது

எழுத்துக்களைத் தேடினேன்
வார்த்தைகள் வந்தது,
வார்த்தைகளை தேடினேன்
வாக்கியம் வந்தது,
வாக்கியத்தை தேடினேன்
கவிதை வந்தது,
வலிக்களைத் தேடினேன்
வாழ்க்கை வந்தது,,,

ஆனந்தம்

உடனுக்குடன் பதிலளிக்கும்
உரையாடலில் என்னடி ஆனந்தம்
இணையத்தில் நீயில்லா
பொழுதில் உன்னை
நினைத்து நானும்
நானில்லா பொழுதில்
என்னை நினைத்து நீயும்
அனுப்பும் குறுஞ்செய்தியில் தானடி
ஆனந்தம் அதிகம்....

மு(தல்)ன்னாள் காதலி

உடலுக்கு விவாகரத்து
அளித்துவிட்டு என்
உள்ளத்தை கூடவே
வைத்துக் கொண்டிருக்கின்றாள்..
நான் எந்த நீதிமன்றத்தில்
முறையிட சொல்லடி??

எடுத்துச் சொல்லுங்களேன்

திரையிட்டு மறைப்பது
உடலுக்கு மட்டுமென்று
அவளுக்கு எடுத்துச் சொல்லுங்களேன்,,,
உள்ளத்தையும் சேர்த்து
மறைத்துக் கொள்கிறாள்..

இவளே பெரிய இலக்கியம்

இலக்கியம் தொட்டு
கவித் தொடுத்திடு என்றார்கள்,
நானோ இவளைத் தொட்டு
கவித் தொடுத்தேன் ..
இவளை விட பெரிய இலக்கியம் இங்கு இல்லை...
இவளைத் தொட்டாலென்ன
இலக்கியத்தை தொட்டாலென்ன.. ..
உவமைத் தேடி

உனக்கான
உவமைகளைத் தேடி
எனக்கான உண்மையை இழந்தேனடி.....

இருப்பதை பாதுகாத்துக்கொள்

தூவி விட்ட விதைகளில்
துளிர் விடாத விதையைக்
கண்டு துவண்டு விடாதே
துளிர் விட்ட விதையை
துவண்டு விடாமல் பார்த்துக்கொள்..

துளிர் விடும் நாணம்

கோடை மழை
வாடைக்கண்டு
ஜாடைக்காட்டும்
சிறு புற்களைப் போல
என் வருகையைப் பார்த்து
துளிர் விடுகிறது
அவள் நாணங்கள்...

இடைவெளி

கொஞ்சம் இடைவெளி
அழகுதான் அதுவும்
கொஞ்சலுடன் கூடிய
இடைவெளி இன்னும்
பேரழகுதான் காதலில்....

அவள் ஒரு பேரண்டம்

இரத்தினச் சுருக்கத்தாலும்
சுருக்கமுடியா பேரண்டம்
அவளின் அழகும் செய்கையும்..

கண்ணாடியில் முகம் பார்க்கும் அவள்

உருவங்காட்டியை ஊமையென்று
எண்ணி உருவத்தைக்
காட்டிக் கொண்டே
இருக்காதேடி..
உன் அழகைப் பார்த்த
ஆச்சரியத்தில்
கவிப்பாடிவிடப் போகிறது...

மின்சாரம் இல்லா இரவு

மின்சாரமில்லா இரவில்
சில வண்ணவிளக்குகள்,,
இக்காலத்தில் கைப்பேசி ஒளி,
அக்காலத்தில் மின்மினிப் பூச்சி.

மறந்தேனடி

உன்னை நினைத்து மெய்மறந்து கிறுக்கையில்
மைத்தீர்ந்து போனதையும்
மறந்தேனடி என் அழகியே....

ஒருநாள் ஆசை

முக்கடலின் சங்கமத்தில் ஆதவனை அணைத்திட ஆசை,
கங்கையில் நீராடி களைப்பை தீர்த்திட ஆசை,
பனி மழையில் சேர்த்த பனிக்கட்டிகளில் மறைந்திட ஆசை,
கற்கள் மீது காலனியில்லா நடைப்பயணம் செய்ய ஆசை,
மீண்டும் ஒருமுறை ஒருதலைக் காதல் செய்ய ஆசை,
உடலெல்லாம் மதுவை செலுத்திவிட்டு மனதில் மட்டும்
மாதுவை வைக்க ஆசை,
உன்னை மனதில் வைத்து எண்ணத்தை
எழுதுகோலில் வைக்க ஆசை,

அடம் பிடிக்கின்றது

அகமதில் அடைத்து வைத்த
அழுத்தங்கள் யாவும் அவளிடத்தே பகிர்ந்துக்கொள்ள
அனுஅனுவாய் என் மனம்
அடம் பிடிக்கிறது ....

இராத் தனிமை

இரவு நேர பண்பலை பாடலும்
இவள் நினைவும் என்றுமே
என் இராத்தனிமையை கழிக்க தவறியதே இல்லை,,,

நாடாவைத் தேடிய நூலைப் போல

நாடாவை நம்பிய
நூலிழை நாசமாகிப்
போனதில்லை,,
ஆடையாகிதான் போகும்...
நல்லவர்களை நம்புங்கள்
நல்லதே நடக்கும்,,,
நல்லவர்களை கண்டெடுப்பதுதான் சிரமம்..

இரசித்து விட வேண்டும்

கொம்பின் ஒலியில்லாத
கொங்கு நாட்டு சாலையில்
கொஞ்சும் சாரலை
கொஞ்சம் இரசித்துவிட
கொதிக்கிறது மனது....

கள்ளச்சி அவள்

கலைந்துச் செல்லும்
கருமேகக் கூட்டத்தையே
களவாடிச் சென்ற
கள்ளச்சி அவள்..

முன்வாசல்

நித்திரையில் மட்டும் சேர்ந்து விடியலில் விலகும்
என் வீட்டு முன்கதவுகளாக
நீயும் நானும் இருந்திட வேண்டும்...

சுயக்கட்டுப்பாடு

எத்துனை பேராசைகள்
என் முன்னே எழுந்தாலும்
எனக்கான கட்டுப்பாடுகளை
எடுத்தெறிவதாக இல்லை..

சலிக்காத ஒன்று

மீண்டும் மீண்டும்
படிக்கத் தூண்டும்
சலித்துப்போகா
சரிதை அவள்..

தவறியதே இல்லையடி

நாளிதழ் வாசிக்க தவறிய நாட்களும் உண்டு, அடியே
நாட்குறிப்பில் உனக்காக எழுதிய வரிகளை வாசிக்க
தவறியதே இல்லையடி ....

www.ingramcontent.com/pod-product-compliance
Lightning Source LLC
LaVergne TN
LVHW040334171026
850499LV00046B/2083
9789355330376